Sun and Moon: Bilingual Icelandic-English Short Stories for Kids

Coledown Bilingual Books

Published by Coledown Bilingual Books, 2023.

While every precaution has been taken in the preparation of this book, the publisher assumes no responsibility for errors or omissions, or for damages resulting from the use of the information contained herein.

SUN AND MOON: BILINGUAL ICELANDIC-ENGLISH SHORT STORIES FOR KIDS

First edition. September 9, 2023.

ISBN: 979-8223429197

Written by Coledown Bilingual Books.

Table of Contents

Sif og Dreki á Spennuferðinni

Einu sinni átti stelpa sem hét Sif. Hún var ekki eins og aðrar stelpur í bænum hennar. Sif hafði ævintýragjarnan huga og elskaði að lesa bækur um dreka og galdra.

Á einum fallegum degi ákvað Sif að fara á spennuferð í skóginn. Hún klæddist ævintýrahrútu og snaraði gullskotti sitt um ljóðann. Þá var hún búin að vera frábær snápur og klár til þess að leysa gátur.

Sif gekk djúpt inn í skóginn, þar til hún kom að stórum steini með eldgult lauf. Á steininum stóð mýsugur dreki með glimmrandi augum. Hann sá út eins og beittur og dásamlegur dreki.

"Dreki, dreki, hvaðan ertu?" spurði Sif og glömpaði augunum.

Dreki svaraði á gamla þáttunni: "Ég er Fafnir, eldri en tíminn sjálfur og með skatt sem enginn hefur fundið í öldrum."

Sif spratt upp af gleði og spurði: "Máttu sýna mér þann skatt, Fafnir?"

Fafnir samþykkti og sýndi henni leyniskattinn sinn. Hann var stærri en líf hennar og gnúðist úr gulli, silfri og dyrum steinum.

Sif horfði á skattinn og hugsaði um allt gott sem gæti verið gert með honum. En hún kom sér í skilyrðislaus ánauð, því Fafnir sagði henni: "Þú mátt fá þennan skatt ef þú gefur mér það, sem þig vantar mest í heiminum."

Sif hafði það samband, hvað henni þurfti mest, og svaraði: "Ég þarft ekkert gull né silfur, Fafnir. Ég vilt að þú læris mig dásamlega galdra, svo að ég geti haft ævintýri sem enginn hefur verið áður."

Fafnir brosti og samþykkti. Hann lærði Sif öll galdra sem hún þráði og gefa henni gullið og silfrið.

Sif fór heim með skattinn og galdra og fór í ótal ævintýri með dreka sínum. Þau leystu gátur, sigrðu illgjarnan troll og reddu fjölskyldum úr neyð.

Sif og dreki voru ævinlega vinir og ljúku öllum spennandi ævintýrum sem þau komust á. Og svo hefur Sif orðið kvenna af fjölskyldu sinni, og hún kenndi galdra og sögur um dreka áfram á bornum sínum.

Þetta er söguleg sögustund frá gamla dögum, þegar eldgamalt gull glitraði í skógi. Sif og dreki munu lifa í sögunum og hjartum okkar áfram, því þau sýndu okkur að ævintýri og vinskapur geta verið miklu dýrmætari en gull og silfur.

Sif and the Dragon's Adventure

Once upon a time, there was a girl named Sif. She was not like other girls in her village. Sif had an adventurous spirit and loved to read books about dragons and magic.

One beautiful day, Sif decided to embark on an adventure into the forest. She put on her adventure outfit and tied her golden ribbon around her braid. She was all set to solve mysteries.

Sif ventured deep into the forest until she reached a large stone covered in golden leaves. On the stone stood a moss-covered dragon with gleaming eyes. He looked both ancient and magnificent.

"Dragon, dragon, where are you from?" Sif asked, her eyes wide with wonder.

The dragon replied in an ancient tone, "I am Fafnir, older than time itself, and I guard a treasure that no one has found in ages."

Sif jumped with excitement and asked, "Could you show me that treasure, Fafnir?"

Fafnir agreed and revealed his hidden treasure. It was larger than life, made of gold, silver, and precious gems.

Sif gazed at the treasure, thinking of all the good she could do with it. But she found herself in a selfless dilemma because Fafnir told her, "You may have this treasure if you give me what you need most in the world."

Sif knew exactly what she needed most and replied, "I don't need gold or silver, Fafnir. I want you to teach me wonderful magic so that I can have adventures like no one has ever had before."

Fafnir smiled and agreed. He taught Sif all the magic she desired and gave her the gold and silver.

Sif returned home with the treasure and magic, embarking on countless adventures with her dragon. They solved riddles, defeated wicked trolls, and saved families in need.

Sif and the dragon remained lifelong friends, conquering every thrilling adventure they encountered. And so, Sif became a storyteller to her own children, passing down the tales of dragons and magic.

This is a timeless story from the old days when ancient gold shimmered in the forest. Sif and the dragon will live on in our stories and hearts, reminding us that adventures and friendship can be far more precious than gold and silver.

Kisi og Snjórinn í Fjöllunum

Einu sinni, á kaldasta veturna, bjuggu tvo bestu vinir í litlum bæ í norðurhluta landsins. Hann hétu Kisi, einn svartur kisi, og Snjórinn, ein hvítur snjór. Þeir voru óafturkræfir vinir og elskuðu að vera saman.

Á hverjum veturna þegar snjórinn féll, fóru Kisi og Snjórinn á ævintýraferð um fjöllin. Þeir hurfu út í snjóinn, lekuðu sér með fjaðrirnar á bakpokanum og sungu lag um kuldann. Engin vandamál gætu truflað þá á þessum dögum.

En eitt veturinn breyttist allt. Snjórinn byrjaði að bráðna snemma en vanalega. Kisi var óánægður og sagði við Snjórinn: "Hvað er að þér? Þú ert ekki eins og áður."

Snjórinn sá grætan í augum Kisans og svarði: "Ég veit ekki, Kisi. Ég finn mig svo slakan og kaldan. Ég hlýtur að vera að tapa mæli minni."

Kisi hugsanlega og ákvað að hjálpa Snjórnum. Hann fór til visku eikarins í skóginum, sem var eldri og vitur. Kisi spurði eikina: "Hvernig getum við hjálpað Snjórnum, svo hann verði eins og áður?"

Eikin svaraði: "Snjórinn er að missa það sem hann þarf mest á veturna - kuldann og gleðina. Þú verður að finna leið til að endurheimta þetta fyrir hann."

Kisi hafði hugsað sig vel um og kom með hugmynd. Hann byrjaði að vera hlýr og vænn við Snjórinn, og þeir byrjuðu að leika sínar uppáhalds leikir, eins og fjaðrirnar á bakpokanum.

Með hverjum degi byrjaði Snjórinn að bráðna minna og minna, og hann hlýtur að fá aftur gleðina og kuldann sem hann hafði tapað.

Síðan þá fóru Kisi og Snjórinn á árlegar ævintýraferðir um fjöllin, en þessi vetur var enginn eins og hinir. Þeir voru ekki bara bestu vinirnir heldur lærdust þau að það mæli mest hvað maður sé glaður og hlýr hjá sínum vinum.

Loksins var Kisi og Snjórinn óafturkræfir vinir, en það er alltaf vorið, þegar Snjórinn kemur aftur og þau kunna að halda áfram ævintýrum sínum í fjöllunum.

Kitty and Snowy in the Mountains

Once upon a time, in the coldest of winters, lived two best friends in a small village in the northern part of the country. They were called Kitty, a black kitty, and Snowy, a white snowflake. They were inseparable friends who loved being together.

Every winter when the snow fell, Kitty and Snowy would go on adventurous journeys into the mountains. They would frolic in the snow, play with the feathers on their backpack, and sing songs about the cold. Nothing could disturb them on these days.

But one winter, everything changed. Snowy started melting earlier than usual. Kitty was worried and said to Snowy, "What's wrong with you? You're not like before."

Snowy, with tears in their eyes, replied, "I don't know, Kitty. I feel so weak and cold. I seem to be losing my sparkle."

Kitty thought carefully and decided to help Snowy. They went to the wise oak tree in the forest, which was older and wiser. Kitty asked the tree, "How can we help Snowy become like before?"

The oak tree replied, "Snowy is losing what they need the most in winter - the cold and the joy. You must find a way to bring these back to them."

Kitty pondered and came up with an idea. They started to be warm and caring towards Snowy, and they began to play their favorite games, like playing with the feathers on their backpack.

With each passing day, Snowy started melting less and less, and they began to regain the joy and coldness they had lost.

Since then, Kitty and Snowy went on annual adventures in the mountains, but this winter was unlike the others. They weren't just best friends; they had also learned that what matters most is being happy and warm with your friends.

Finally, Kitty and Snowy remained inseparable friends, but it's always spring when Snowy returns, and they can continue their adventures in the mountains.

Álfar og Skatturinn í Dökkum Skógi

Álfarnir Björn og Elín voru tvö ævintýrahrifin börn sem lifðu í litlum bæ í dökkum skógi. Þeir vinkonuðust við vatnið og skóginum og lekuðu sér oftast á göngutúrum með hreinn og skrautlegum náttúru. En það var eitt sérstakt ævintýr sem þeir vildu verða hlutaðir af, og það var að finna leyndann skatt sem allir álfarnir hýsa.

Á hverjum kvöldi fyrir svefni lágu Björn og Elín á gólfinu og hlustuðu á sögurnar sem foreldrar þeirra sögðu þeim. Foreldrar þeirra höfðu alltaf sagt að þeir myndu finna skattinn þegar þeir væru nógu stórir og skoðuðu vellíðan og gæði allra í skóginum.

Eitt kvöld, þegar skógarinum blakti yfir, kynntust Björn og Elín að öðrum ævintýravinum sínum, ræða ljóninu. Hann hafði komið til skógarins úr fjarlægri héraði og hafði mörg ár af reynslu af ævintýrum. Ljónið sagði þeim: "Hér í dökkum skógi er einn þokkaðasti skatturinn, sem aldrei hefur fundist. Hann er ekki úr gulli né dýrum steinum, heldur er hann gleði og gæði allra sem hér búa. Það er einn sérstakur staður, sem kallast Gleðiskletturinn, þar sem skatturinn geymist."

Björn og Elín færðu ljóninu fyrir sitt ævintýravott og biðu hann að leiða þá til Gleðisklettsins. Ljónið samþykkti og þau fóru á spennuferð í gegnum þéttan skóg og yfir bráðin á leiðinni að Gleðiskletti.

Þegar þau komu til Gleðisklettsins, fóru þau að finna hann ótrúlega stóran og skrautlegan. Þar var blómaundirris og fjölbreytileiki af dásamlegum vottum. Björn og Elín skilðu nú að skatturinn var ekki tilbúinn, heldur var hann að upplifa gleði og gæði með öllum lífverum í skóginum.

Síðan þá komu Björn og Elín reglulega til Gleðisklettsins, en þau sáu aldrei neitt þar nema skógarinn í sinni skrautlegu náttúru. Þau lærðu þá að skatturinn er ekki alltaf eitthvað sem þú getur haldið, heldur er það eitthvað sem þú getur deilt með öðrum, eins og gleði, gæði og vandaðri náttúru.

Og svo lifðu Björn og Elín áfram með ævintýrum sínum í dökkum skógi og deildu skattinum sínum með öllum vinkonum sínum, þar til þau voru gamlir og vitrir, en þeir minntust enn þess fjölbreytileika og skrauts sem þau höfðu fundið í sambandi við Gleðisklettinn.

Elves and the Treasure in the Dark Forest

Bjorn and Elin, the elves, were two adventure-loving children who lived in a small village in the dark forest. They were best friends with nature, always playing in the woods and by the water, going on hikes to explore the beauty of the forest. But there was one special adventure they wanted to be a part of – finding the secret treasure hidden by all the elves.

Every night before bedtime, Bjorn and Elin would lie on the floor and listen to the stories their parents told them. Their parents had always said that they would find the treasure when they were big enough and when they looked after the well-being and happiness of everyone in the forest.

One evening, as the forest shimmered in the moonlight, Bjorn and Elin met another friend of theirs, a wise lion. He had come to the forest from a distant land and had many years of adventure experience. The lion told them, "Here in the dark forest, there is the most precious treasure that has never been found. It is not made of gold or precious stones; it is the happiness and joy of everyone who lives here. There is a special place called Joy Cliff where this treasure is kept."

Bjorn and Elin offered the lion their adventure badge and asked him to guide them to Joy Cliff. The lion agreed, Dark they embarked on an exciting journey through the dense forest, crossing streams, and climbing hills to reach Joy Cliff.

When they arrived at Joy Cliff, they found it to be incredibly large and beautiful. It was filled with a variety of magnificent flowers and colorful creatures. Bjorn and Elin now understood that the treasure wasn't something you could hold; it was the experience of happiness and the beauty of nature shared by all living beings in the forest.

Since that day, Bjorn and Elin visited Joy Cliff regularly, but they never saw anything there except the forest in all its magnificent glory. They learned that the treasure was not always something you could possess but something you could share with others, like joy, happiness, and the wonders of nature.

Bjorn and Elin continued their adventures in the dark forest, sharing their treasure with their friends, until they grew old and wise, always remembering the diversity and beauty they had discovered at Joy Cliff.

Stjörnustrákarnir og Leyndardómar Ólafshúss

Á smáa, fjalldal í innsta hluta landsins, stóð gamalt og gott hús sem hét Ólafshús. Í Ólafshúsinu bjuggu stjörnustrákar, smáir og blíðir, sem lifðu með undursamlegum og myrku leyndardómum.

Stjörnustrákar fóru aldrei yfir dalinn nema á næturhimninum, því þar fundu þeir frið og fjölbreytileika. Þeir tinduðu stjörnur sem glitruðu yfir dalnum, og þar með fóru þeir að leika sín eigin leik, Stjörnuleikinn.

Hver kvöld settist hópur stjörnustrákanna saman við Reyndarsteininn, gamlan og fornskemmtinn stein sem stóð á miðjum dalnum. Þeir spurðu Reyndarsteininn hvort hann hafði einhvern nýja leyndardóm til að deila með þeim.

Reyndarsteininn hafði alveg alltaf einhverja ánauðir í bakhöndinni. Hann flýði þá aldrei, heldur skellti þeim af áhugalausum hópi. En það var eitt kvöld sem allt breyttist.

Það kvöld gættu þeir hér eftir kallað Stjarnnóna, þar sem himinninn birtist í nýjum litum og stjörnurnar dansaðu yfir dalnum. Þetta kvöld hættu stjörnustrákar að leita að nýjum leyndardómum. Þeir skelltu sér aldrei en áttu leiki og spennu.

Þegar þau fundu síðustu stjörnuna, þá var ein þáttlaðs og ljósbirtasta stjarnan sem þeir höfðu séð. Hún glitraði eins og gull, og þegar þeir nudduðu hana, ristuðust orð á þitt sniðin og dvelja þessa stjarnu:

"Þinnar eru augu eins og ljós himinnar blá,

lítið nú inn í Ólafshúsið hjá."

Stjörnustrákar horfðu á hvorn annan og sungu yfir gleði. Þeir skelltu sér aftur til Ólafshúss og fóru inn.

Þegar þeir komu inn, sáu þeir stjörnu sem lýstu vegi þeirra um allt húsið. Hún leiddi þau til gamla, gömul og fallega skápsins. Þegar þau opnuðu skápið, fundu þau sinn stærsta og skrautlegasta leyndardóma.

Dómadjöfullinn opnaði bók með fjölbreytilegu bókstöfunum og orðum. Þau lásu þessa orð:

"Með samkennd og kærleika, kynni og vináttu,

mögum við afla af frásagnarhug og sköpunargjöfum.

Leyndardómarnir okkar mestir, saman sterkir og öruggir,

og sambandið okkar, stjörnustrákanna blómin blíð,

skartgripumum, er óendanlegur skattur."

Með þessum orðum áttu stjörnustrákar að rita sínar eigin sögur og gera listaverk úr ástinni, vináttunni og ánauðinni þeirra. Og þau gera það með gleði og sáttmæli, því þeir vita að það er skatturinn í ólafshúsinu, leyndardómarnir og sambandið þeirra, sem er algildi.

Og svo lifðu þau lang og sæl ævintýrum sínum, skrifuðu sínar sögur og skartgripaðu veröld sína með gleði, því þau vita að ást og vinátta, list og sköpun eru dýrmætari en allt gull í heiminum.

The Starlings and the Secrets of Olaf's House

In a small mountain valley in the heart of the country, stood an old and charming house called Olaf's House. In Olaf's House lived starlings, tiny and gentle creatures, who lived with magical and mysterious secrets.

The starlings never ventured beyond the valley except to gaze at the night sky, where they found peace and diversity. They lit up the stars that sparkled over the valley and played their own game, the Starlight Game.

Every evening, a group of starlings gathered around the Wise Rock, an ancient and wise stone in the middle of the valley. They would ask the Wise Rock if it had any new secrets to share with them.

The Wise Rock always had some intriguing riddles up its sleeve. It never refused to entertain them but rather challenged them with perplexing mysteries. However, one evening, everything changed.

That evening marked the Star Night, when the sky shimmered in new colors, and the stars danced over the valley. The starlings no longer sought new secrets. They were not looking for mysteries; they were seeking adventure and excitement.

When they found the last star, it was a particularly bright and golden one. It sparkled like gold, and when they touched it, words appeared in their minds, forming this rhyme:

"Your eyes are like the bright blue sky,

now look inside Olaf's house nearby."

The starlings gazed at each other and sang with joy. They flew back to Olaf's House.

Upon entering, they saw a starlight leading them through the house. It guided them to an old, beautiful cupboard. When they opened the cupboard, they found their greatest and most beautiful secret.

The Secret of Imagination opened a book filled with diverse letters and words. They read these words:

"With empathy and love, curiosity and friendship,

we can harness the power of storytelling and creativity.

Our greatest secrets, united and strong,

and our connection, the starlings, is an endless treasure."

The starlings were filled with happiness and contentment. They realized that the treasure wasn't something to possess but something to share with others – love, friendship, art, and the connection they had with each other.

From that day on, the starlings continued their adventures, writing their own stories and crafting their worlds with joy, knowing that love and friendship, creativity, and imagination are more precious than all the gold in the world.

And so, they lived long and happy lives, cherishing their adventures, writing their stories, and adorning their worlds with joy, for they knew that love and friendship, creativity and imagination, are treasures beyond compare.

Lína og Ljónið í Undralandi

Einu sinni bjuggu stelpan Lína og drekið Ljónið í litlum bæ í skjóli undralands. Þau voru bestu vinir og reyndu að gera hvern dag ógleymanlegan með spennandi ævintýrum og skemmtilegum leikjum.

Á hverjum degi fóru Lína og Ljónið á ferðalög í undralandi, þar sem þau fundu óvenjulegar verur og dásamlega sjónarspil. Þau lekuðu sér með eldsprite, rökkursjón, og vatnsnorn og sáu undraverur sem ekki voru lík neinum öðrum.

En einn dag, þegar þau voru að skoða stóran vatnsfall, sáu þau neitarlið af vottum sem flutti sig upp í lofthellinn. Lína og Ljónið nuddu vottinn og sáu:

"Á hvíldu aldrei, leysdu lundinn gát,

fyrir ofan skýin, þar sem draumar þínir hjartað slátt.

Fara þar sem árósir blómstra í bláum skógi sínum,

finna skattinn sem enginn hefur séð nema þig."

Lína og Ljónið glömpuðu augunum og ákveðu að fylgja vottinum og leysa gátuna. Þau flugu yfir skýin, og þar voru þau í bláum skóginum, fullum af blómum og ljósum.

Þau fundu skattinn, sem var ekki úr gulli né silfri, heldur var það magiskt skart, glittir, og gaf frá sér ljómandi gleði. Þau skiluðu að enginn gæti eitt sátt þessa gleði, heldur þurftu allir að njóta hennar saman.

Síðan þá flugu Lína og Ljónið í dásamlega skemmtileg ævintýr, með skartgripunum sínum sem ljóðu veginn. Þau komu öðrum verum í skóginum gleði og hjálpuðu þeim að gleðjast með magisku skarti sínu.

Lína og Ljónið voru ekki bara bestu vinir, heldur voru þau góðir listamenn og gleðigjafar í undralandi. Þau sáu að sann gleði og skattar verða ómetanlegir þegar þeir eru deildir með öðrum, og þau lýstu upp undralandi með sinni eigin gleði og ánægju.

Lina and the Lion in Wonderland

Once upon a time, a girl named Lina and a dragon named Lion lived in a small village nestled in the heart of Wonderland. They were the best of friends and tried to make every day unforgettable with exciting adventures and delightful games.

Every day, Lina and Lion set out on journeys into Wonderland, where they encountered extraordinary creatures and mesmerizing sights. They played with fire sprites, encountered shadowy visions, and met water nymphs, witnessing wonders unlike any other.

But one day, while gazing at a majestic waterfall, they noticed a fluttering trail of sparkles ascending into the sky. Lina and Lion touched the sparkle and read:

"Never rest, unravel the hidden clue,

above the clouds, where your dreams come true.

Go where roses bloom in a blue forest's grace,

find the treasure, unseen by anyone's embrace."

Wide-eyed, Lina and Lion decided to follow the sparkle and solve the riddle. They soared above the clouds and found themselves in a blue forest, filled with blossoming roses and radiant light.

There, they discovered the treasure, which was not made of gold or silver but a magical gem that glimmered and radiated pure joy. They understood that no one could possess this joy alone; it had to be shared with others.

Since that day, Lina and Lion embarked on even more enchanting adventures, sharing their treasure with the creatures of Wonderland. They brought happiness and wonder to others with their magical gem, realizing that true joy and treasures are most valuable when shared with others.

Lina and Lion were not just best friends but also talented artists and bringers of joy in Wonderland. They knew that real happiness and treasures are priceless when shared with others, and they brightened Wonderland with their unique joy and delight.

Skrímslinn og Skelluhæðin

Átti einu sinni skrímslið Kalli, stórt og fúlt, sem býrði í djúpum skógi. Hann var svo sorgmæddur og skelfilegur, að allar skógareiturirnar og skapningar fældu sig undan honum, og enginn þoraði að nálgast Kalla.

En það fór svo að Kalli fann sér einn vin. Hann hét Snjórinn, og hann var þáttur og glaður. Snjórinn skilði Kalla og hafði áhuga á að hjálpa honum að breyta sinni hryðjuðu mynd.

Saman stefndu þau til skelluhæðarinnar, gamlar og vitrar. Skelluhæðan sagði þeim: "Ef þið viljið breyta Kalla, þá þurfið þið að leysa gátuna mína. Hún er eins og nornalokkur, en þið kunnið hana núna opna."

Þau héldu áfram leiðinni og fundu risastórt og gamalt tré. Það tré var sveitt af sorg, og Kalli sá sjálfan sig í trénúni. Snjórinn sagði honum að leysa gátuna.

Kalli hugsanlega og sagði: "Ég verð að gera eitthvað gott fyrir aðra, veita þeim gleði í staðinn fyrir skelfingu."

Þegar hann sagði þetta, opnaðist tréið og innan í því glitraði skjótt og fallegt skap, skrímslið Kalli sjálfur, en þess skrímslið var vingjarnlegt, glað og æstheti.

Kalli og Snjórinn sáu þá að það var ekki vandamál að vera stórt og skrítið, en að breyta sjálfum sér og vera gott við aðra, það var sann gleði og sáttmæli.

Síðan þá var Kalli og Snjórinn bestu vinir og fóru á gleðiferðalög með skogareitina og skapningarnar í skóginum. Þau skelltu sér aldrei í kringum heldur lekuðu sér með vinkonum sínum og voru góðfús og ánægð, vitaðu að gott hjarta er fallegasta smykkið af öllum.

The Monster and Skelluhill

Once upon a time, there was a monster named Kalli, big and ugly, who lived in a deep forest. He was so gloomy and frightening that all the forest creatures and beings avoided him, and no one dared to approach Kalli.

But one day, Kalli found himself a friend. His name was Snjórinn, and he was cheerful and kind. Snjórinn understood Kalli and was eager to help him transform his fearsome image.

Together, they set out for Skelluhill, an old and wise entity in the forest. Skelluhill told them, "If you want to change Kalli, you must solve my riddle. It's like a lock, but now you know how to open it."

They continued their journey and found a giant, ancient tree covered in sorrow. Kalli saw his own reflection in the tree's bark. Snjórinn encouraged him to solve the riddle.

Kalli thought deeply and said, "I must do something good for others, bring them joy instead of fear."

When he said this, the tree opened up, revealing a bright and beautiful creature, a reflection of Kalli himself, but this monster was friendly, joyful, and kind.

Kalli and Snjórinn realized that it wasn't a problem to be big and different, but to change themselves and be good to others, that was true happiness and contentment.

Since that day, Kalli and Snjórinn became the best of friends and went on joyful adventures with the forest creatures and beings. They never scared anyone again but played with their friends and were kind-hearted and content, knowing that a good heart is the most beautiful jewel of all.

Draugaslotturinn í Dimmum Skógi

Í dökkum og myrkum skógi átti lítill dreki sem hét Danni. Hann var ekki eins og hinir drekar. Danni var fær og skelfilegur og reiði. Hann leyfði engan að nálgast sitt landi, þar sem hann hafði smíðað sér slott, en það slott var ekki eins og hin drekaslött. Í staðinn var það slott sem var ískjóli fyrir hans reiði og harmi.

Hver dagur var eins og önnur, Danni brosti aldrei og ræðist allt sem nálgaðist hann. En einn dag, þegar Danni var að ganga í skóginum, kom lítið skógardýr að honum. Það hét Skríti og var skrautlegt með skjóluhrútu á höfði.

Skríti sagði við Danna: "Ég sé að þú ert reiður og skelfilegur, en hvað ef ég sýni þér einhverja hluti sem gætu breytt skoðun þinni á heiminum?"

Danni var ekki viss, en hann leyfði Skríti að sýna honum undurheimi í skóginum. Þau komu að djúpum glímu, sem stóðu fyrir skuggum, og Skríti bað Danna að hrifsa niður skafla sína og horfa á glímuna. Það hann sá var ekki eins og hann hafði búist við. Í staðinn fann hann fallega mynstur og liti, og skuggarnir sjálfir fóru að leika sér eins og fjölbreytilegar myndir.

Danni hrifsaði skafla sína aftur og kom glaður aftur til slottsins síns. Hann skilði að það væri meira við heiminn en hann hafði trúað. Hann byrjaði að opna slottshurðina og bíða öðrum skógardýrum að koma og sjá listir og undur heimanna sem hann hafði fundið.

Síðan þá var Danni ekki lengur fær og skelfilegur. Hann opnaði sitt slott fyrir öllum og lét þá gleðjast af skáldskap, list og undrum sem hann hafði fundið. Hann sá núna að skóginum og heiminum þurfti að veita virðingu og kenna að skoðanir getu breyst og sérhver átti rétt á að njóta skáldsins og fjölbreytileika.

Danni og Skríti voru ekki bara vinir, heldur var Danni núna skrautlegur dreki, og Skríti sá sig í honum sem sannan listamann og leiðtogann sem hafði lært að sýna hvern og einnug þátt af sér, gleði og sköpun, sem gæti gert heiminn að fallegari stað.

The Haunted Castle in the Dark Forest

In a dark and mysterious forest, there lived a small dragon named Danny. He wasn't like other dragons. Danny was small, scary, and always angry. He allowed no one to approach his land, where he had built himself a castle. But his castle was not like the other dragon castles. Instead, it was a fortress to hide his anger and sorrow.

Every day was the same for Danny. He never smiled and frightened away everything that came near him. But one day, while Danny was wandering in the forest, a small woodland creature approached him. It was named Oddity and was beautifully adorned with a deer antler on its head.

Oddity said to Danny, "I see that you are angry and frightening, but what if I show you some things that might change your perspective on the world?"

Danny wasn't sure, but he allowed Oddity to show him the wonders of the forest. They came to a deep glen, where shadows danced, and Oddity asked Danny to lower his visor and look at the glen. What he saw was not what he expected. Instead of darkness, he found beautiful patterns and colors, and the shadows themselves began to dance like diverse images.

Danny raised his visor again and returned to his castle with newfound joy. He realized that there was more to the world than he had believed. He started to open the gates of his castle and invited other woodland creatures to come and see the wonders and arts he had discovered.

Since that day, Danny was no longer angry and scary. He opened his castle to everyone and allowed them to enjoy the beauty of art, the wonders of the world he had found. He now understood that the forest and the world deserved respect, and everyone had the right to enjoy creativity and diversity.

Danny and Oddity became not only friends but also kindred spirits. Danny, now a magnificent dragon, and Oddity, seeing himself in him as a true artist and leader, learned to share a part of themselves, joy, and creation, making the world a more beautiful place for everyone.

Hrósa og Hundurinn Hugrekki

Á lítlu bæ í bakka hátt uppi á fjöllum bjuggu Hrósa og hennar trúi fólki, hundurinn Hugrekki. Hrósa var barn með blíða og hjálplega náttúru, og Hundurinn Hugrekki var trúr félaga hennar með óskaplega vitandi hug og skarp skyndi.

Eitt kvöld, þegar sólin var að setjast yfir fjöllin, fór Hrósa á göngu í skógar. Hún var að leita að ævintýrum og dásamlegum stundum. En þegar hún kom inn í skóginn, sá hún eitthvað óvenjulegt.

Þar stóð risastór skrautleg tré, glitraði í rigningu af gyldnum blómum. Hrósa nuddaði blóminn og sá skáldskapinn:

"Líttu í augu þín, hvað geta þau sýnt þér?

Dásamlegar ferðalög og ævintýri mæli við þig nær.

En hvernig ætlar þú að ná þessum draumum með sálinni þinni ljúku,

nema þú ákveðir að þrauka og gefa af þér og verða sveigjanlegur því óhikað gott."

Hrósa var óskrúfin og hugsuði um skáldskapinn. Hún ákvað að nýja sé vinkonur við þennan tréskap, og þá myndi hún reyna að gleðja og hjálpa öðrum á ferðinni.

Með sinni hressu skapandi náttúru, fór Hrósa heim og viðurkenndi að hún gæti lært mörg ný hlutindi. Hún lærði að dansa, syngja, og gera listaverk. En það mikilvægasta sem hún lærði, var að gleðja sig með öðrum og vera opin fyrir nýjungum og því óhikaða góðu í lífinu.

Hugrekki, hundurinn, var hennar trúi félaga og fylgdarmaður í ævintýrum. Saman fóru þau á ótal staði og upplifðu óskaplega fjölbreyttar stundir. Þau lærðu að allir kunna læra, það væri aldrei of seint að prófa eitthvað nýtt, og að opinn hugur og gleði væri leyndin að skemmtilegu lífi.

Síðan þá voru Hrósa og Hugrekki ekki bara einhvers staðar, heldur voru þau í miðjung lífsins, skapaðu gleði og skemmtið sér með öðrum og skiptu með þeim skáldskap og listaverkum sem þau höfðu lært í skóginum. Þau sáu ljósið í lífinu og gæfu í því að vera saman og deila ánægju og sköpun með heiminum.

Hrósa and the Clever Dog, Hugrekki

In a small village nestled high up in the mountainous hills, lived Hrósa and her loyal companion, the dog Hugrekki. Hrósa was a child with a gentle and helpful nature, and Hugrekki was her faithful friend, possessing remarkable wit and quick thinking.

One evening, as the sun was setting behind the mountains, Hrósa went for a walk in the woods. She was in search of adventure and magical moments. But as she entered the forest, she encountered something unusual.

There stood a towering and splendid tree, shimmering with a rain of golden flowers. Hrósa gently touched the flower and saw the poetry:

"Look into your eyes, what can they show you?

Marvelous journeys and adventures await you.

But how will you reach these dreams with your soul?

Unless you decide to try, give of yourself and become flexible, for that is unquestionably good."

Hrósa was contemplative and considered the poetry. She decided to befriend this tree of wisdom and vowed to bring joy and help to others on her journey.

With her cheerful and creative nature, Hrósa returned home and realized that she could learn many new things. She learned to dance, sing, and create artwork. But the most important thing she learned was to find joy in others and be open to new experiences and the undeniable goodness in life.

Hugrekki, the dog, was her loyal companion and fellow adventurer. Together, they visited countless places and experienced an incredibly diverse range of moments. They learned that anyone could learn, that it was never too late to try something new, and that an open mind and joy were the secrets to a fulfilling life.

Since then, Hrósa and Hugrekki were not just somewhere; they were in the heart of life, creating joy and enjoying the company of others. They shared their art and creativity with the world, recognizing the light in life and the happiness in being together and sharing joy and creativity with the world.

Sól og Máni

Fyrir löngu löngu síðan, þá er var ekki nema myrkur og mællur, bjuggu á himni tvö ljósum, Sól og Máni. Þau voru systkin, en ólík þótt brúnusti.

Sól var ljóst og skær, og hún bjó við deginum. Máni hins vegar var bleikur og blíður, og hann kom fram á næturnar. Þau hafðu aldrei mætt hvort öðru, því Sól og Máni lifðu hver í sínu heimi, en þau sáu hvor annað í skuggum og speglingum í skírtu vatni á jörðinni.

Sól og Máni fóru með þessum háttum í mörg ævintýr og gönguferðum. Sól skínandi yfir daginn og Máni dansandi á næturnar. Þau fylgdust í ferðinni, sjálfum sér og hvor öðru skilið hvern morgun og kvöld. Þau skelltu sér aldrei, því þau vissteigust á himninum, lýstu upp heiminn með ljósum og fögnuði, hver á sinn hátt.

En einn dag, er þau voru á leiðinni til að mæta hvort öðru, kynntust þau á sér í sjón spegluðu í glitrandi vatni. Þau skoðuðu hvort öðru, hrifsuðu af sér sjálfum, og voru heillað með ljósum og skuggum hvor annars. Sól og Máni hugsaðu um það, hvernig þau gætu náð því að komast nærr og verið saman, ekki bara spegluðu í vatninu, heldur líka saman.

Sól og Máni hittu galdramögur sem hjálpuðu þeim að komast saman. Þau þeyttu skuggurnar, og þegar Sól og Máni mættust fyrir fyrsta sinn, glituðu þau þjálfuð og ný og fagur og blíð, og heilsuðu hvort öðru með gleði og kynni.

Frá því þá lifðu Sól og Máni saman, skelltu sér aldrei, og fóru í ferðalög um himinninn saman, skíndu yfir deginum og dansaðu á næturnar. Þau voru aldrei aðeins, heldur saman og heilluðu heiminn með sinni ljósum og gleði, spegluðu hvort annað í vatninu og byggðu brottfararferðir á himninum.

Sun and Moon

Long, long ago, when there was nothing but darkness and silence, two lights, Sun and Moon, resided in the sky. They were siblings, but different in every way, even though they shared a common origin.

The Sun was bright and radiant, ruling over the day. The Moon, on the other hand, was gentle and pale, appearing in the night. They had never met face to face, for Sun and Moon lived in separate realms, but they saw each other in the shadows and reflections on the clear waters of Earth.

Sun and Moon embarked on numerous adventures and journeys in this manner. Sun would shine brightly during the day, and Moon would dance gracefully at night. They followed each other's path, understanding themselves and each other, greeting each morning and evening. They never met in person, but they met in the reflections, shadows, and silhouettes on the Earth.

But one day, as they were on their way to meet each other, they encountered each other's reflection in a shimmering lake. They looked at each other, admired each other's beauty, and were enchanted by their own reflections.

Sun and Moon realized that they could see each other in the reflections on the water. They smiled at each other, captivated by the light and shadows they created. They decided to cherish each other and bring their lights closer to each other, not just as reflections but as themselves.

Sun and Moon sought the help of wise wizards who aided them in uniting their worlds. They banished the shadows, and when Sun and Moon finally met for the first time, they sparkled and shone, new and beautiful. They greeted each other with joy and familiarity.

From that day on, Sun and Moon lived together, never apart, journeying through the sky as one. They illuminated the day and danced through the night, never alone but together, enchanting the world with their light and joy, reflecting each other in the waters, and painting the skies with their radiant presence.

Álfurinn og Dreki

Í skógi, ekki langt frá hæðum og vatnasvæðum, bjuggu álfur og dreki. Þau voru ólík, eins og nótt og dag, en þau voru bestu vinir og fóru aldrei í burtu frá hvort öðru.

Álfurinn, Steinarr, var lítill, grýttur, og með mjúkt, ljóst hávöxt hár. Drekið, Eldfjall, var stórt og glóandi rautt með vængjum sem gnistraðu eins og eldingar. Þau báð voru ólík en þó svo vinir, og þau upplifuðu ótal spennandi ævintýri saman.

Eitt kvöld, er skýin glitraðu við sólsetur, ákvaðu þau að leggja af stað í stóra ferð til ókunna skóga. Þau fóru yfir þróttarfljót, klettar og skóga, leituðu að ævintýrum og nýjungum.

En í miðjum skóginum stóð mælandi fjall, sem kvað:

"Hvort þið viljið fyrst séð skattinn eða sannleika?

Skatturinn bíður hjá fljótandi þeim,

en sannleikinn gefur sér í kynni tveim.

Hvaða vegi viljið þið eiga, hratt eða hægt?

Lífið ykkar mælið eftir,

hvort hafið þið unnið því vel eða veikt."

Steinarr og Eldfjáll horfðu á hvorn annan og hugsuðu vel um svar sitt. Þau komu að því niðurstöðu, að þau vildu fyrst skoða sannleikann, því hann myndi hjálpa þeim að skilja skattinn betur, en þeir myndu aldrei sleppa því að leita að skatti sínum.

Þau hrattu að fljótinu, og þar fannu þau speglandi yfirborð vatnsins, sem endalaust rifjaði upp og endurtekinni þeirra flugi. Þau sáu spegilmynd af sjálfum sér og komust að því, að þau þyrftu að hlýja sitt eigið hjarta og vera góð við hvorn annan, því það væri sannleikurinn og skatturinn, sem þau leituðu að.

Síðan þá leku Steinarr og Eldfjall sín ævintýri, með gleði, góðhjartaðleika, og skilningi fyrir hvorn annan. Þau sáu að sannleikurinn og skatturinn voru ekki hlutir sem þau myndu ná að eignast, heldur voru þeir hugmyndir sem þau myndu hafa með sér í hjartum sínum og deila með hinum. Þau voru ekki bara ólík en vinir, heldur voru þau ástfangin og ánægð, með sitt gæði, skatt, og sannleika, sem þau veittu hinum skóginum.

The Elf and the Dragon

In a forest not far from the hills and waterways, lived an elf and a dragon. They were different, like night and day, but they were best friends and never parted from each other.

The elf, named Steinar, was small, with fair skin, and had soft, light-colored hair. The dragon, Eldfjall, was large and fiery red, with wings that sparkled like lightning. They were different but the best of friends, sharing countless exciting adventures together.

One evening, as the clouds sparkled at sunset, they decided to embark on a grand journey into uncharted forests. They crossed mighty rivers, climbed steep cliffs, and ventured deep into the woods, in search of adventures and new experiences.

But in the heart of the forest, they encountered a talking mountain that said:

"Would you like to see the treasure first or the truth?

The treasure waits by the flowing river,

but the truth reveals itself through getting to know one another.

Which path will you choose, swift or slow?

Your lives will measure it,

whether you've done well or lost your way."

Steinar and Eldfjall looked at each other and pondered their answer carefully. They came to the conclusion that they would first seek the truth because it would help them understand the treasure better, and they could never abandon the quest for their treasure.

They hurried to the riverbank, where they found a reflecting surface that endlessly mirrored their flight. They saw a mirror image of themselves and realized that they needed to warm their hearts and be kind to each other, for that was the truth and the treasure they were seeking.

Since then, Steinar and Eldfjall played out their adventures with joy, kindness, and an understanding for each other. They understood that the truth and the treasure were not possessions to gain but ideas to carry in their hearts and share with others. They were not only different but loving friends, with their goodness, treasure, and truth that they shared with the forest.

Álfurinn og Blómabörnin

Á gullinum blesi, hátt uppi á fjöllum, bjó álfurinn Haldór. Hann var lítill, með glitraugan sjá og ljósa skógarnáttúru. Haldór var besti vinur blómanna, því hann passaði vel að þeim og fylgdi þeim í hvort sinn, að þau yrðu blíð og blómleg.

En einn vetur kom vorið seint og kalt, og blómin hræddust að þau myndu frýsa. Þau fóru að fella burt blöðin sín og láta hnútana sína hverfast. En þegar vorinn kom, fundu þau út, að þau gætu ekki opnað blóm sín nema þau gætu hlýtt hjartað sitt og sungið ljóð.

Haldór var leiður við að sjá blómin svona, svo hrædd og kalt. Hann ákvað að hjálpa þeim, og hann byrjaði að gera ljóð og syngja þau. Hann sungði ljóð um skínandi sólina, blíðan vorið, og vonandi sumardaga.

Blómin hreyfðust og byrjuðu að opnast, þar sem þau hlýddu sín hjarta. Ljóðin og Haldórs songur hjálpuðu þeim að gleðja sig og trúa á betra veðri.

Síðan þá gaf Haldór aldrei upp að hjálpa blómunum að vakna og opna sér. Hann sungði þeim hressandi ljóð, og þau blómguðu og blómguðu, fagurra og bleikra, vistu þar sem Haldór gæti þau sjáð og gleðst með þeim.

Haldór og álfurinn voru ekki bara vinir, heldur sáu þau ljósið og gleðina í öðrum, og sáu að það var ekki bara hvers og eins skáldskapur, heldur samsetning af ljóði, söng og vonandi hug, sem gæti breytt heiminum og látið hann blómstra með skrautlegum og ljósum blómum.

The Elf and the Flower Children

On a golden slope, high up in the mountains, lived the elf Haldór. He was small, with sparkling eyes and a bright woodland spirit. Haldór was the best friend of the flowers, taking good care of them and following their every season, making sure they bloomed and thrived.

But one late and cold winter, spring arrived late. The flowers feared they would freeze, so they shed their leaves and curled up their buds. But when spring finally came, they discovered that they could not open their blossoms unless they warmed their hearts and sang songs.

Haldór grew sad seeing the flowers so frightened and cold. He decided to help them and started writing poems and singing them. He sang songs about the shining sun, the gentle spring, and hopeful summer days.

The flowers started moving and began to open up as they warmed their hearts. The poems and Haldór's songs helped them find joy and trust in better weather.

Since then, Haldór never gave up helping the flowers wake up and open themselves. He sang them uplifting poems, and they bloomed and bloomed, more beautiful and colorful, just where Haldór could see them and rejoice with them.

Haldór and the flowers were not just friends; they saw the light and joy in others and realized that it was not just the magic of each one but a combination of poetry, song, and a hopeful spirit that could change the world and make it bloom with beautiful and bright flowers.

48

Björn og Bjarki - Bestu Vinir

Á heiðinni í Norðurlöndum bjuggu tvö unga dýr, björninn Björn og hundurinn Bjarki. Þau voru ólík eins og nótt og dag, en þau voru bestu vinir, og enginn gæti skilt þau betur en hvort annað.

Björninn var stórráðinn og rólegur. Hann var röskva dýrið í skóginum og var dýrmætt fyrir aðstoð og vinkonu. Bjarki, hundurinn, var sprækingur og árásarmaðurinn hjartaðs, alltaf tilbúinn að leika og skemmta. Hann var kappi í hlaupi og leik og var dýrmætt fyrir skemmti og hressi lið.

Hver dag fóru þau saman í ævintýri í skóginum. Björninn hjálpaði Bjarka að leysa vandamál, og Bjarki skellti upp nýjungum og skemmti í ferðinni. Þau skoðuðu saman fjölbreytileik skógarins, hleyptu hringi um skóginn, og fundu fallegar stadir og skjólstadir.

En einn dag, þegar þau voru að leika í fjörunni, sáu þau lítinn fugl sem var ekki eins og neinn annar. Hann var dáður, en dvelja hægt. Björn og Bjarki nuddu hann með blíðindum og spurðu hvort hann vildi vera vinur þeirra.

Fuglinn svaraði, "Já, ég vil vera vinur ykkar, en ég þarf að vera hér í fjörunni og gæta hreiðurs míns. Getið þið verið vinir mínir, en þið þurfið að taka afstöðu til þessa staðar og hafa vinkonu ykkar með ykkur."

Björn og Bjarki sáu að það væri rétt, og þau lofuðu fuglinum að koma og hafa gaman með honum þegar hann vildi. Þau skildust með kyssum og bros á vör.

Nú voru Björn og Bjarki ekki bara bestu vinir, heldur voru þau einnig vinir fuglanna, og þau heimsóttu stundum fjöru og hjálpuðu fuglunum að leysa vandamál. Þau sáu fjölbreytileikinn í dýraheiminum og fórnuðu fjölbreytileik og vinskap dýranna. Björn og Bjarki vissu, að það væri alltaf pláss fyrir nýja vini og gleði í að hjálpa hinum og njóta samkomu og skemmti með þeim.

Bear and Bjarki - Best Friends

On the heathlands of the Northlands, two young animals, a bear named Bear and a dog named Bjarki, lived. They were different as night and day, but they were the best of friends, and no one understood them better than each other.

Bear was calm and reserved. He was the king of the forest, always ready to help and be a companion. Bjarki, the dog, was energetic and the heart of the party, always ready to play and have fun. He excelled in running and playing, and he cherished joy and a cheerful spirit.

Every day, they went on adventures in the forest together. Bear helped Bjarki solve problems, and Bjarki brought newness and fun to their journey. They explored the diversity of the forest, raced around the woods, and discovered beautiful spots and hiding places together.

But one day, while they were playing by the shore, they spotted a small bird that was unlike any other. It was delicate but moved slowly. Bear and Bjarki approached it gently and asked if it wanted to be their friend.

The bird replied, "Yes, I want to be your friend, but I need to stay here by the shore and guard my nest. Can you be my friends and visit me sometimes?"

Bear and Bjarki understood and promised the bird that they would come and have fun with it whenever it wanted. They bid the bird farewell with kisses and smiles.

Now, Bear and Bjarki were not only best friends but also friends of the birds. They visited the shore from time to time and helped the birds with their problems. They saw the diversity in the animal kingdom, cherished diversity, and friendship among animals. Bear and Bjarki knew that there was always room for new friends and joy in helping others and enjoying the company and fun with them.

Andri og Stjörnustraumurinn

Andri var lítill strákur sem bjó á eins og heimskringla þar sem enginn önnur fólk átti. Hann var sá eini sem hafði hugmyndirnar sínar, og hann var hress og áhyggjulaus. En einhvern veginn leist hann þó ekki sérstaklega á því að vera einmana og vonaði sér oft að hann gæti haft einhvern vin.

Hann fór oft út og skoðaði stjörnurnar á kvöldin. Þær glitraðu eins og geimsmjúkar á skránaði og nefndu hann að koma til sín. Andri drap hugsanir og vonaði sér að einhvern veginn gæti hann fundið sérstakan vin í geimnum.

En þá einn kvöld, þegar Andri var að stara upp á stjörnurnar, glitraði ein sérstaklega björt stjarna, sem var ólík öðrum stjörnunum. Hún steyptist niður úr geimnum og glitrandi nuddaði höfði Andra.

Andri var yfirvaskur og svarði stjörnunni með vonandi brosi. Stjörnan mælti við hann, "Ég er Stjörnustraumurinn, og ég hef komið til þess að hjálpa þér að láta draumana þína verða sannir. Þú þarft bara að gera það sem hjartað þitt segir og trúa á þig sjálfan."

Andri var spenntur og hreyfði geimskrautlega handleggið síður í poka í geimnum. Hann fundaði þar sitt innra barn, sem hafði allskonar skemmtilegar hugmyndir um hvað hann vildi vera og gera.

Síðan þá fór Andri að fylgja Stjörnustraumi, og þau tveimur mynduðu geiminn að sinni stjórn. Þau hrifsaðust í ótal draumaveröldum og skoðuðu óendanlegar möguleikar sem geimurinn býður upp á.

Andri sá, að með trú á sjálfan sig og fylgd Stjörnustraumsins gæti hann látið allskonar skemmtilegar hugmyndir og drauma verða sannir. Hann var ekki lengur einmana, heldur var hann nú vinur geimins og Stjörnustraumsins, og hann gleymdi aldrei að stara upp á stjörnurnar og þakka þeim fyrir að hafa sent honum þessa eina sérstöku stjörnu, sem breytti lífinu hans fyrir ævinlega.

Andri and the Star Dream

Andri was a young boy who lived in a remote village where no other people resided. He was the one with his own ideas, full of enthusiasm and carefree. However, he didn't particularly enjoy being alone and often wished for a friend.

He would often go outside to gaze at the stars at night. They twinkled like cosmic gems in the sky, calling out to him. Andri pondered his thoughts and often wished he could find a special friend in the vastness of space.

Then one evening, as Andri was staring at the stars, one exceptionally bright star caught his attention, unlike any other. It descended from the heavens and gently touched Andri's forehead with its sparkling light.

Andri was astonished and responded with a hopeful smile. The star spoke to him, saying, "I am the Star Dream, and I have come to help you make your dreams come true. You just need to follow your heart and believe in yourself."

Andri was excited and reached into his cosmic backpack, where he kept his inner child's imaginative ideas about what he wanted to be and do.

Since that day, Andri followed the Star Dream, and together, they made the universe their playground. They marveled at countless dream worlds and explored the infinite possibilities the cosmos had to offer.

Andri realized that with self-belief and the guidance of the Star Dream, he could make all sorts of exciting ideas and dreams come true. He was no longer alone but had become a friend of the cosmos and the Star Dream, and he never forgot to gaze at the stars and thank them for sending him that one special star that changed his life forever.

Klaki og Dögg - Bestu Vinir í ísinni

Á ísinni stóðu tvo bestu vini, Klaki og Dögg. Klaki var gaman og flauð og lítill í stærð, en Dögg var kyrr og hæfileikaríkur með skrautlegar ísmyndir. Þau voru ólík en óskaplega blíð vini og með sérstaka ánægju af að vera saman.

Um veturinn leku þau sér alltaf í ísnum í þjóðgarðinum. Klaki hjálpaði Döggi að búa til snjóborgara, snjóköku og snjókrakkana, og þau tóku alltaf þátt í skemmtilegum hlaupum um ísinn. Döggs skapandi hugmyndir gáfu ísnum nýjar og dásamlegar myndir, og Klaki var alltaf með bros á vör.

En eitt kvöld, þegar þau voru að leika, uppgötvuðu þau eitthvað sérstakt. Í innsta kringlum í ísnum glitraðu litlir skrítlingar, sem skriðuðu út og byrjuðu að leika við Klaka og Döggu.

Þau voru ísenglar, sem hétu Tindur og Snær. Þau skelltu sér inn í ísinn, hlýttu hjörtu Klaka og Döggu, og leku með þeim eins og engin aðrir.

Klaki og Dögg glaðist og spiluðu með Tind og Snæ, sem sýndu þeim hvernig þau gætu gert enn skemmtilegri ísmyndir og skapað gleði með ást og samkennd. Þau byrjuðu að hjálpa hinum, færðu þeim gaman í ísnum, og voru alltaf með bros á vör.

Nú voru Klaki og Dögg ekki bara bestu vini, heldur voru þau einnig vinir Tinds og Snæjar. Þau leku sér alla vetrina í ísnum og skoðuðu fjölbreytileik ísens, gladist með fjölbreytileika og vinkonu. Klaki og Dögg skildu, að það væri alltaf pláss fyrir nýja vini, gleði og ást í leikjum og í ísnum, og þau áttu aldrei að gleyma því að njóta stundanna ísens, sem voru eins og stunduð ástarfullar dansleikir.

58

Klaki and Dew - Best Friends on the Ice

On the ice stood two best friends, Klaki and Dew. Klaki was joyful, mischievous, and small in size, while Dew was calm, skilled, and capable of creating beautiful ice sculptures. They were different but incredibly close friends, finding immense joy in being together.

During the winter, they always played on the ice in the neighborhood park. Klaki helped Dew build snowmen, snow castles, and snow angels, and they both engaged in delightful races across the ice. Dew's creative ideas gave the ice new and marvelous shapes, and Klaki always had a smile on his face.

One evening, while they were playing, they discovered something extraordinary. In the inner circles of the ice, tiny magical creatures sparkled, gliding out and starting to play with Klaki and Dew.

They were ice fairies named Sparkle and Frost. They nestled into the ice, warmed Klaki and Dew's hearts, and played with them like no one else ever had.

Klaki and Dew rejoiced and played with Sparkle and Frost, who showed them how to create even more delightful ice sculptures and spread joy with love and empathy. They began to help others, bringing fun to the ice and always with a smile on their faces.

Now, Klaki and Dew were not only best friends but also friends of Sparkle and Frost. They played together all winter long on the ice, marveling at the diversity of the ice world, cherishing diversity and friendship. Klaki and Dew realized that there was always room for new friends, joy, and love in games and on the ice, and they never forgot to enjoy the moments on the ice, which were like cherished dances of love.

Sólin og Skýin - Stórir Vinir

Sólin og Skýin voru bestu vinir í himninum. Þau vaknaðu snemma á morgnana og leku saman í himninum alla daginn. Sólin var skær og glað, með geimskrautlega blíðingu, en Skýin voru skuggaleg og fjölbreytileg, með kruttlega árásarmaður og kippkapp.

Á hverjum morgni skín Sólin á lofti, og Skýin hleypa í kringum hana, skrældust yfir hana og leku leikina sína. Þau mynduðu margvíslegar myndir, og Sólin gætti þeirra með gleði og brosi.

En einn dag, þegar þau voru að leika, kom ólíkara veðri. Sólin var skelltu yfir þó þau ætluðust að leika eins og alltaf. En það var skrítið, því Skýin þeyttust ekki úr þessari dansi og liggjaðu á loftinu eins og gráar sorgardraugar.

Sólin fór að grínast þá og spurði, "Hvað er að? Hvort þið eruð ekki tilbúin til að leika?"

Skýin svarðu, "Við erum leiðinleg og gráin, og þurfum að vera eða út í leik. Við skulum reyna að gleðja okkur og vera sæt."

Sólin hugsaði í stutt og mælti, "Hvað ef ég læri ykkur að skina eins og ég?"

Skýin varð hrifsað af hugmyndinni og fóru að læra af Sólinni hvernig á að skina ljósum og gleði. Þau mynduðu kruttlegar myndir, sem skelltu ljósum eins og regnbogar og sendu gleði niður til jarðar.

Síðan þá voru Sólin og Skýin ekki bara bestu vinir, heldur voru þau einnig fjölbreytilegar og ljósumgjarnar. Þau skelltu ljósum og gleði yfir heiminn, og þau fóru aldrei að gleyma því að skellja gleði og bros, hvort sem þær voru skær eða skuggalegar. Sólin og Skýin sáu að með samkennd og vilja til að gleðja þá gæti hver og einn myndað ljósum ljómandi stundir í lífinu, og þau voru bestu vinir, sem sendu gleði og ljós á jarðar.

The Sun and the Clouds - Great Friends

The Sun and the Clouds were the best friends in the sky. They woke up early in the mornings and played together in the sky all day long. The Sun was bright and cheerful, radiating with cosmic kindness, while the Clouds were varied and playful, with mischievous antics and playfulness.

Every morning, the Sun would shine in the sky, and the Clouds would gather around it, draping themselves over it, and engaging in their playful games. They would form all sorts of shapes, and the Sun would watch over them with joy and a smile.

But one day, as they were playing, a different kind of weather arrived. The Sun was ready to play as usual, but the Clouds didn't join in the dance; they hung in the sky like gray, gloomy specters.

The Sun chuckled and asked, "What's going on? Aren't you ready to play?"

The Clouds replied, "We're feeling dull and gray and need to be in on the fun. We should try to cheer up and be bright."

The Sun thought for a moment and said, "What if I teach you how to shine like me?"

The Clouds were intrigued by the idea and started learning from the Sun how to shine with light and joy. They created beautiful shapes that sparkled with light like rainbows and sent happiness down to Earth.

Since then, the Sun and the Clouds were not only the best of friends but also diverse and bright. They spread light and happiness over the world and never forgot to bring joy and smiles, whether they were bright or shadowy. The Sun and the Clouds saw that with empathy and a willingness to bring joy, everyone could create bright, glowing moments in life, and they were the best of friends, sending happiness and light to the Earth.

Elli og Ævintýrið í Skóginum

Á litlu sveitartúni í skugga háskógarins bjó stelpa sem hét Elli. Hún var hrifin af náttúrunni og var alltaf áhyggjulaus og spennt eftir nýjungum. Í háskóginum var skógur sem hún átti aldrei verið, og það hefði hún gaman af að skoða.

Ein falleg sumardegi, þegar sólin skein bjart og fuglarnir sungu sinn fallega söng, ákvað Elli að fara í skóginn. Hún býrði sig vel, tók með sér snjallsíma til að halda sambandi við heiminn, og byrjaði svo á spennandi ævintýrið sitt.

Hún fór inn í skóginn og komst að fallegum blómum, sem glitruðu eins og juvelar. Hún fylgdi geimskrautlegum skógardjöflum, sem vöktu hana með hlýjum bros og létu hana kynna sér spennandi stadi.

En þá, þegar Elli var að labba yfir skuggalega gljúpa, heyrði hún snuðra. Það kom úr skuggunni og lét eins og það væri hleypt til með skrítið hlátt hlátt hlátt.

Elli nuddaði augun sín og sá lítinn álf, sem var einginn annar en Skuggálfurinn. Hann sagði, "Ég er Skuggálfurinn, og ég lifi hér í skuggum og skilji ekkert af ljósum. En þú, Elli, getur lært mér að sjá skógarljósið."

Elli var hreyfð og svaraði, "Ég ætla að hjálpa þér að læra að elska ljósið. Við munum labba saman í skóginum og skoða það fallega ljós sem hann býður upp á."

Þau tóku skref saman, Elli og Skuggálfurinn, og fóru að skoða skógin og ljósið. Elli sýndi Skuggálfinum blómin og fuglana, og Skuggálfurinn sýndi Elli skuggarnar og myrkurheimana.

Síðan þá voru Elli og Skuggálfurinn ekki bara vinir, heldur voru þau einnig læribráðir. Þau sýndu hvor öðru ljósið og skuggarnar, og þau sáu að bæði ljós og skuggi mynduðu fallega heimana. Elli lét Skuggálfinn gleðjast yfir ljósi, og Skuggálfurinn lét Elli skoða skugganna dýpt.

Þau sáu, að með vináttu og vilja til að læra gæti maður skoðað lífið í nýjum ljósi og lýst upp skuggum sínum. Elli og Skuggálfurinn voru ekki bara ævintýramenn í skóginum, heldur voru þau nýjungar og skógarlíndar, sem aldrei gleymdu því skemmtilega ævintýri, sem þau höfðu upplifað saman.

Elli and the Forest Adventure

On a small country farm, in the shadow of a tall forest, lived a girl named Elli. She had a deep love for nature and was always carefree and excited about new experiences. In the forest near her home, there was a part she had never explored, and she was eager to see what it held.

One beautiful summer day, as the sun shone brightly, and birds sang their melodious songs, Elli decided to venture into the forest. She prepared herself well, brought her smartphone to stay connected, and embarked on her exciting adventure.

She entered the forest and encountered beautiful flowers that sparkled like jewels. She followed enchanting forest paths, guided by friendly woodland creatures who greeted her with warm smiles and introduced her to exciting spots.

Then, as Elli was walking through a shadowy glen, she heard a whisper. It came from the shadows and sounded like a mysterious giggle.

Elli rubbed her eyes and saw a tiny elf-like creature that was none other than the Shadow Elf. It said, "I am the Shadow Elf, and I live here in the shadows, knowing nothing of the light. But you, Elli, can teach me to see the forest's light."

Elli was thrilled and replied, "I will help you learn to love the light. We will explore the forest together and discover the beautiful light it offers."

They took steps together, Elli and the Shadow Elf, and began to explore the forest and its light. Elli showed the Shadow Elf the flowers and birds, and the Shadow Elf introduced Elli to the shadows and the secrets they held.

Since then, Elli and the Shadow Elf were not only friends but also eager learners. They showed each other the light and the shadows, and they saw that both light and shadow created beautiful worlds. Elli made the Shadow Elf appreciate the light, and the Shadow Elf allowed Elli to explore the depths of the shadows.

They realized that with friendship and a willingness to learn, one could see life in a new light and illuminate their own shadows. Elli and the Shadow Elf were not just adventurers in the forest; they were also pioneers and forest friends who never forgot the exciting adventure they had experienced together.

Svali og Veturinn - Gleði í Einsemd

Á frostrigningu veturna býrði litil stelpa sem heitir Svali. Hún var ein og einmana á veturna, en það hættu henni ekki, því hún hafði alltaf gleði í sér og skoðaði skjól í hverri sinni snjórmynd.

Svali vaknaði snemma á morgnana, boraði glugga í ísnum og horfði á fjöllin í kringum sig. Hún elskaði að skoða snjórinn glitra eins og silfur, og þótti það vera eitt fallegasta sem hægt var að sjá.

En einn dag, þegar Svali var að leika sér í skóginum, sá hún eitthvað óvenjulegt. Í skjóli trjánna kom gaman og leik, og Svali nuddaði augun sín. Það sem hún sá, var eins og engu líkt sem hún hafði séð áður.

Það voru smáir snjómannsfigurar, sem voru fjögur saman, og þau voru að dansa og hlýja sig við bál í snjónum. Þau hlógu og sungu og hrifsaðu Svala með gleði sinni.

Svali stóð undrandi, en þá kom ein af snjómannnunum til hennar og sagði, "Við erum snjómannsætt, og við erum hér til að gleðja þig með vetrinum. Hann er okkar vinur, og við erum vinir þinnir."

Svali brosti og hrifsaðist. Hún hreyfði sig að þeim og byrjaði að dansa og leika með snjómannnunum. Þau sýndu henni fjölbreytileika og gleði vetrarins, og Svali fór að elska veturna enn meira.

Síðan þá voru Svali og snjómannsættin ekki bara vini, heldur voru þau einnig gleðibringar. Þau fóru saman í skóginum, og Svali sýndi þeim fallegasta stadi og glæðist með vetrinum. Þau sáu að það gæti alltaf fundist gleði og skemmtilegar stundir, þótt maður væri ein og einmana, og Svali gat aldrei gleymt þessum gleðisfylltu degi með snjómannunum.

Svali and Winter - Joy in Solitude

In the midst of the frosty winter's embrace, lived a little girl named Svali. She was alone during the winter, but that didn't bother her at all because she always carried joy within her and found shelter in every snowflake.

Svali would wake up early in the mornings, frost the windows with her breath, and gaze at the snow-covered mountains surrounding her. She loved to watch the snow sparkle like silver and found it to be one of the most beautiful sights she could imagine.

But one day, as Svali was playing in the forest, she saw something unusual. Amidst the shelter of the trees, there was laughter and play, and Svali rubbed her eyes in disbelief. What she saw was unlike anything she had ever seen before.

There were small snowman figures, four of them together, dancing and warming themselves by a snowflake bonfire. They laughed, they sang, and they enchanted Svali with their sheer joy.

Svali stood in wonder, and then one of the snowmen approached her and said, "We are the Snowman Family, and we are here to bring you joy during the winter. Winter is our friend, and we are your friends."

Svali smiled and was captivated by them. She moved closer to them and started dancing and playing with the snowmen. They showed her the diversity and joy of winter, and Svali began to love the winter even more.

Since then, Svali and the Snowman Family were not only friends but also bringers of joy. They ventured into the forest together, and Svali showed them the most beautiful places and rejoiced with winter. They saw that there could always be happiness and enjoyable moments, even if you were alone, and Svali never forgot that joy-filled day with the snowmen.